திணைப்புனம்

திணைப்புனம்

கவிதைகள்

தேன்மொழி

மணற்கேணி பதிப்பகம்

திணைப்புனம் ♦ கவிதைகள் ♦ தேன்மொழி ♦ © தேன்மொழி ♦ முதல் பதிப்பு: ஜனவரி 2012 ♦ வெளியீடு : மணற்கேணி பதிப்பகம், அறை எண். 2, புதிய எண். 10, பழைய எண். 288, டாக்டர் நடேசன் சாலை திருவல்லிக்கேணி, சென்னை – 5 ♦ பேசி: 9443033305 ♦ மின்னஞ்சல்: manarkeni@gmail.com ♦ அச்சாக்கம் : அகரம், தஞ்சாவூர்.

விலை: ரூ. 80.00

மணற்கேணி பதிப்பக வெளியீடு: 16

Thinaipunam ♦ Poem ♦ Thenmozhi ♦ © Thenmozhi ♦ January 2012 ♦ Size: Demy 1 × 8 ♦ Pages: 88 ♦ Copies: 600 ♦ Published by: Manarkeni Publication, Room No. 2, New No. 10, Old No. 288, Dr. Natesan Road, Triplicane, Chennai - 600005 ♦ Phone: 9443033305 ♦ email: Manarkeni@gmail.com. ♦ Printed at Akaram, Thanjavur.

Rs: 80.00

ISBN: 978-81-922909-0-4

ஒரு குறிப்பு

பரணில் காவலிருக்கும் கண்களில் வரைந்திருக்கும் மை கசிந்து விரிகிறது தினைப்புனம். பார்வைகள் பதியமிட, திரண்டெழுந்து பால் பீச்சும் கதிருக்குள் கதைகளைப் பொதித்துவைத்துக் காற்றில் எழுதி அனுப்பும் தினைப்பயிர்களுக்காய் காத்துக் கிடக்கிறது ஆகாயம். காயப்படுத்தா கவண் கற்களின் மீது நம்பிக்கைக் கொண்டு, தினைப்புனத்தின் திசை தேடி வருகின்றன கிளிகள். காவலிருக்கும் மகளிர் தினைப்புனத்தைச் செழுமைகொள்ளச் செய்யும் காவல் தெய்வங்கள். பெண் குடி வீரக்குடி, பெருகியெழுந்து, கரைந்து, திரும்பவும் பெருகியெழும் புனலைப் போல் தீரா உற்பவிப்புத் தளம். காயப்படுத்தாதெனினும், கவண் கற்கள் போல் மிரட்டிப் போகிறது வாழ்க்கை ..

இனம் புரியாத துயரமோ, பெயர் தெரியாத ஆனந்தமோ மென்மையாய்ச் சீண்டி விட்டு நகர்ந்தாலும், கொதித்துப் பொங்கும் உணர்வுகள் எழுத்துகளாய் அரும்பும்போது சுமை குறைந்து, திரும்பவும் சிறு பிராயத்திலிருந்து தன்னை எழுதத் துவங்குகிறது வாழ்க்கை.

ஒற்றைத் தளத்தில் இத் தொகுப்பின் கவிதைகள் ஒருமுகப்பட்டு நிற்காதது தான் இதன் பலம். ஆனந்தக் கூத்திடும் காளியின் பாதங்கள் எழுப்பும் ஓசை ஓயவில்லை. அவள் காலணியிலிருந்து கழன்று உதிரும் முத்துகள் உயிர்ப்பின் சாட்சி . பேரண்டமெங்கும் ஓடிப்பரவும் அவளது பார்வையின் ஓரத்தில் உயிர்த்துக்கொள்ளுமென் கவிதை.

தேன்மொழி

தஞ்சாவூர்
1, ஜனவரி 2012

1

தொலைவிலிருக்கும் வானம்
மிதக்கும் மேக இன்பம்
வளரும் பறவைக் கனா
விளையாடும் விருட்ச மொழி
நெளியும் நதி மோகம்
பட்டாம்பூச்சிகளின் பிடிபடா காமவண்ணம்
மாறாத நிலத்தின்
தீராத காதல்
நிலம் மீறும் பேரூற்றுக் கவிதை

மறுக்கப்பட்ட கனி புசிக்கும்
வன யட்சியை
தீண்டுமென் இச்சை விரல்

இனி,
பேரண்டமெங்கும் சிதறும்
ஒரு துளி வண்ணம் நான்

2

செங்கால் குருகுகள்
முத்தத்தால் எனை நனைக்கின்றன

இழை படலமாய்
பனியிறங்கும் நிர்வாண
காலை நதி

உற்றுக் கவனித்தபடியிருக்கும்
மலைகளுக்கு அப்பாலிருந்து
வருகிறது வசீகரக் குரல்

கண்களின் பச்சையத்தால்
பூமியை மெல்ல இசைக்கும்
புல்லின் நுனியில் மீதமிருப்பது
என் மௌனத்தின் துளி
அது கண்ணீராகலாம் அல்லது
புன்னகையாய் மாறலாம்

கொன்றை மலர்
சிறகு விரிக்கும்
இளம் சிட்டு

சிவந்த மூக்குக் கிளிகள்
விடுதலைக்குப் பின்
குறவஞ்சியின் ஒற்றைச் சொல் தேடி
ஏழாவது கடலிலிருந்து
புறப்படுகின்றன

காற்றின் தவிப்பை
இளம் மஞ்சள் பூக்கள்
மகரந்தமாய் பூசிக்கொள்ளும்
கானகத்தில்
பூக் கொய்யும் மகளிர்
பரம்பு மலையிலிருந்து இறங்கி வர
கூடையிலிருந்து சிதறும்
கபிலனின் சொற்களைக்
கவ்விச் செல்கின்றன
வெட்டுக்கிளிகள்

பரண் அமைத்து
காக்கைகள் காவலிருக்க
புராதன சிற்பியின்
ஆதிக்கனவிலிருந்து நழுவும் சிற்பமாய்
உருமாற்றுகிறாய்

தேவதையாய்
வருகிறேன்
சூரியக்கதிர் பருகும்
உன் அடர் வனத்துக்குள்

3

பொழுதுகளைக் கூவி அழைத்தபடி
போகிறாள்
உறுப்புகள் களையப்பட்ட
அந்தப் பெண்
மண்ணுக்கும் விண்ணுக்குமாய்
மிதக்கும்
வண்ணங்களை வழித்தெடுத்து
சிறுமியின் கனவுகளில் கொட்டி
நிறைக்கிறாள்

போகுமிடம்தோறும் பொழுதுகளை
அழைத்தபடித் திரியுமவள்
வானைத் தொடும் மலைமுகடுகளில்
அந்தர வெறுமையிலாடும்
நிறமற்ற பொழுதுகளை
சுருள்சுருளாய் மடித்து வைத்திருக்கிறாள்

பூசிய வண்ணங்களைக் களைந்தபடியிருக்கும்
அவற்றுக்குத் திரும்பத் திரும்ப வண்ணமேற்றும்
முயற்சியில் சலியாத அவளிடம்
கோள்கள் கையேந்தி நிற்கின்றன

அவள் பேராசைக்காரி அல்லவாயினும்
பெரும் பொழுதுகளுக்கும் சிறு பொழுதுகளுக்கும்
வண்ணமேற்றப் பிறந்தவள்
பொழுதுகளைக் கூவி
அழைத்தபடி போகிறாள்

4

குளத்திற்குள் தண்ணீர் பாம்புகள்
கரைமீது கொட்டை வாழைச் செடிகள்
அவளது தாய்நிலம்
இருப்புக்கும் தவிர்ப்பிற்கும்
இடையே தளும்பிக் கிடக்கிறது

நிராகரிக்கப்பட்ட பாடல் ஒன்றைத்
தோள்வழி இறக்கி
பறையோடு கலந்தபோது
அவளது ஆடுகள்
கரம்பு நிலத்தைக் கரண்டிக் கொண்டிருந்தன

அவற்றுக்குப்
புத்தகங்களிலிருந்த ஸ்டெபி பாம்பாஸ்
புல்வெளிகளை அறிமுகம் செய்து வைத்தாள்
காட்டு இலந்தை வாசம்
காணாமல் போனதொரு நாளில்
அவற்றை அழைத்துச்சென்று
புல்வெளிகளில் இளைப்பாற்றினாள்
தமது மொச்சை வாடையால் அந்தப்
புல்வெளிகளை ஆக்கிரமித்தன ஆடுகள்
அவற்றின் குரல்
வெளிகளைக் கடந்தது
வறண்ட நிலத்தில்
இசை பொறுக்கிக் கொண்டிருக்கும்
அவளை நினைத்துப்
புல்வெளிக்குப் புரியாத
வேறு பாடலை இசைக்கத் தொடங்கின
ஆடுகள்

5

தொன்மையான தேவாலயம்

யாரோ
யாருடைய அன்பிற்காகவோ
மண்டியிடுகிறார்கள்

மிகப்பெரிய வன்முறை
நிகழ்வதைப் போலிருக்கிறது

6

என்னை நோக்கி எறிந்த
வார்த்தைகள்
முறுவலின் வழியே
என்னுள் இறங்குகின்றன
வக்கிரங்களால்
கூர் தீட்டப்பட்ட சொல்
விஷம் தோய்த்த
ஊசியைப்போல் ஊடுருவி
உயிரைச் சுருட்டித் தின்கிறது

பாலை வெயில் பருக
அழைக்கும் குரலுக்கு
பதில் சொல்லும் வேளையிலும்
கடல் ஆமை
மண்ணுக்கடியில் முட்டையைக் காப்பது போல்
கண்ணீரின் கீழே
புன்னகை ஒன்றை
உனக்காகப் பதுக்குகிறேன்

7

முதல் நிமிடம்
நீளும் தூரங்களை
தவளைப் பாய்ச்சலால்
கடக்கிறேன்
தூரத்து நிலவை
ஒரு சிறுமியாய் மாறிக்
கொய்து வருகிறேன்
மறுநிமிடம்
கண்ணாடிப் பேழைக்குள்
நழுவும்
பாம்பு போல
தோற்றுப் பின்வாங்குகிறேன்.
யார் இதை
இவ்வளவு எளிதாய்
மாற்றி வைத்தது?

8

விளை முற்றிய தாவரம் போல்
வீழும் மனது
பாதி விரிந்த கருப்பையென
குயவன் பானை வனைகிறான்
சுழலும் சக்கரத்தில்
திரண்டெழுகிறது வெள்ளை நதி
ஈரநில முத்தச் சாரல்
இன்பத்தைப் பொழிகிறது
கோடுகளும் வளைவுகளுமாய்
முதல் எழுத்தை அவள் எழுதுகிறாள்
சிந்து சமவெளியெங்கும்
பாடல் எழுகிறது
அவள் தன் காதலைச் சொல்லத்தான்
எழுதினாள் என்பதை
எப்படி நிராகரிக்க முடியும்?

9

தொடுவானுக்கடியில் ஓடம் போல் நிற்கிறது
பார்வையைத் திருப்பி அதன் இருப்பை
மறுக்க முனைகிறேன். அதுவோ
சுட்ட பனம்பழத்தின்
மஞ்சள் வாசமென
நாசியெங்கும் நிறைகிறது

எடுத்ததை சுருட்டுகிறேன் நான்
சுருட்டியதை விரிக்கிறது அது
தலைமுறையைத் தின்று செரித்த
ஏழடுக்கு நிலையும் இரட்டைக் கதவும்
பார்த்திருக்கப்
பொருதுகிறோம்

அடியாழத்தில் நிகழும்
பூமியின் குமுறலை
அடையாளம் காட்டுவதில்லை
பன்னீர்மரம்

கூடுகட்ட சிம்புகளைச் சேகரிக்கும் குருவி
என்னைக் கொத்திச் செல்கிறது
நான்
இலவம் பஞ்சாய் மிதக்கிறேன்

10

பறவைகளின் உலகில்
கவிதையெழுத வானம் இருக்கிறது
மொழிதான் இல்லை

உதிர்ந்த இறகுகள் எழுதிச்சென்ற கவிதைகளைக்
காற்று அழித்துவிட்டது
இப்போதிருப்பதோ நிர்மல வானம்

பாடும் நதிகளின்மேல்
இறகுகள் விழுந்து
கூழாங்கற்களாய் மாறுகின்றன

வானம் கிழிந்து துண்டுகள் பலவாகி
வயல்களை மூடுகிறது
அதில்
நாற்றுகளும் நண்டுகளும்
எழுதுகின்றன தங்களின் கதைகளை

மரங்களில் அடையும்
தனிமை
பறவைகளுக்காய் காத்திருக்கிறது

வானம் விரிகிறது
பறவை தொலைகிறது
பறத்தல் தொடர்கிறது

11

மனம் திறந்து பேசி
நீண்ட நாள் ஆகிறது
இறுகிக் கிடக்கும் நினைவுகளை
அல்லி அரிசி போல உதிர்க்க
கைம்பெண்ணின் கண்ணீரைப் போல
உள்ளிறங்கும் ஓலத்தை
ஒற்றித் துடைக்க
காயங்களால் பிய்ந்த மனதைக் கூட்டி
அழகான பூத்தையல் போட
கீறல்களுக்கு மருந்திட
ஒரு கோப்பை தேநீர் தீர்வதற்குள்
சில முடிவுகளை எடுக்க
காதலையும் இரவையும்
பேசாமல் பகிர்ந்து கொள்ள
ஒற்றை பூவைப் பரிசளிக்க
புன்னகையைக் கைப்பற்ற
தேவகுமாரனை சிலுவையை விட்டு
இறக்க
வன்மங்களுக்கு இடம் தயாரிக்க
ஆகவே
அனாந்தர காட்டில் அலையும்
விருட்ச பட்சியின்
தனிமையை
கூட்டிச் செல்ல வேண்டும்

12

மிக நெருங்கிய தொலைவில்
நான் நிற்கிறேன்
மிக தொலைவில் நெருங்கி
நீ நிற்கிறாய்

இல்லா இடைவெளியை
இட்டு நிரப்புவதற்கென்றே
காத்திருக்கின்றன சில சொற்கள்

இடை நுழையும் காற்று
மெல்ல அழிக்கிறது
உனக்கான என் மொழிகளையும்
எனக்கான உன் மொழிகளையும்

எப்போதுமே
நாம் சேர்ந்தும்
பிரிந்துமே நிற்கிறோம்
மொழிகள் களவாடப்பட்ட
ஆதிவாசியின் நிலமொன்றில்
மௌனத்தின் கூடுகளாய்

13

அம்மாவினுள்ளும்
அப்பாவினுள்ளும்
இருக்கும்
அது எங்கள் வீடு

மண்குழைத்த சுவர்களில்
நேசத்தின் பிசுபிசுப்பு
சரிந்து நின்றது

கல்கழி பிஞ்சுக்கழி என
கயிறு கொண்டு பிணைத்திருக்க
உடையும் புல்லாங்குழல்களாய்
அம்மா, அப்பாவினுடைய
இசை இருந்தது

காற்றில்
படபடத்துப் பேசும் கூரை
தென்னை மட்டை முடையும்
போது தலைமுறைக் கதைகளை
சேர்த்துத் தலைக்கட்டுவார் அப்பா

ஒவ்வொரு பிடியாய் திருடிக்கொள்ளும்
ஒற்றை விளக்கின் ஒளி தேடிய
நடுவீட்டில்
அம்மா
தானியக் குதிரென
இருள் சூழ்ந்து கிடப்பாள்
கங்குகள் கனன்றெரியும்
இரட்டைவிறகடுப்புக்கும் ஒற்றைக் கொடியடுப்புக்கும்
முன்னால் அமர்ந்து
வாழ்வின்
எரியாத சித்திரங்களைப் பின்னிக்
கொண்டிருப்பாள்

மோட்டுவளை ஓட்டை
வழியவிடும்
நிலவொளியைக் களவாடிப்
பிள்ளைகளுக்கென்று
பானையில் ஒளிப்பாள்

நினைவின் எச்சமாய்
நிற்கிறது
எங்கள் வீடு

14

அவன் அவள் அது
அவர்களின் தாய்நிலம்
வீடு தேடி வரும் நண்டுகளின்
உறவுப் புன்னகை போல்
வாசலில் விளிக்கும் சிறு கைதட்டலில்
உயிரை உள்வைத்து நசுக்குகிறது

பெண்கண்டம் ஆண்கண்டம்
பிணைந்திருக்கும் மண்புழு உடலம் போல்
வாழ்வு பிறரின் அருவெறுப்பால்
பிசுபிசுத்துக் கிடக்கிறது
சோற்றுத் துருத்தியல்லாது
உணர்வுகள் கொப்பளித்து
வேர்பலா காய்த்த உடல்
உயிர்க்கூளத் தொகுப்பாகி
நான் சமரிட்டு எழும்போது
மதனக் கோயில் சிலையின்
சிறு பிழையில் சிற்பி
தன் கைகளை
நறுக்கிக் கொண்டிருந்தான்

15

பசுமை விரி கானகத்தே
பசிய இலை தின்று
பார்வை தேடும்
ஏதோ ஒன்றை இரையாக
வாய்வழிக் குருதியோடி
வண்ணச்சீரடி மண்பிதுங்க
விழி கங்கென
காடுகொள்ள அடர்வோடு
யட்சி எழுகிறாள்
திசை தெறிக்க விரைகின்றன
சீதை தேடும் மாயமான்கள்

16

அவளொரு விருட்சக்காடு
தினம் புழுக்கும் உயிர்கள்
அகண்ட அவள் உந்தியில்
அந்தரங்கச் சூட்டில்
கரைந்தொழுகும் கொழுப்புப் படிமங்கள்
மொழியின் அதிகபட்ச வெறுப்பு
விலை பேசமுடியா
அவள் ரகஸியங்கள் மீது
உறைந்த பயத்தில்
மானுடம் இறுகிக் கண்மூடும்
அந்த வேளை
வனநீலி காணிக்கையளிக்கிறாள்
கானுறை ராசிகளுக்கு
தன் தாய்ப்பாலை.

17

நாணல் பூ விரிந்த சிற்றோடை
சிலிர்த்து சலசலத்தெழும் மீனுடல் ஒன்றின்
வரிசையற்று ஒழுங்கமைப்பட்டசெதில் நினைவுகள்

கொட்டிக் கிழங்கின் வெளிர்நிற
ஊதாப்பூவோடு
இளம்பச்சைத் தண்டு சூரியனைத் தின்றுவிடும்
ஒளிச்சேர்க்கை நாளில் அவள் நிறைந்து கிடந்தாள்

வாயுக்களின் சுழற்சியில் தறிகெட்டலைந்த
குகைப் பெண்ணொருத்தி
மெல்ல கைதூக்கித் துயில் கலைகிறாள்
வாய்க்காலில் நீர் அள்ளிப் பருகித் தாகம் தீர்ந்த மதர்ப்பில்
விண்மீனை மெல்ல அணைக்கிறாள்

சாணமிட்டு மெழுகிய பூமிப்பரப்பில்
உடும்பின் தடங்களால் ஊர்ந்து கடக்கிறாள்
புளிய மரநிழலில் தன்னை உறங்கவிட்டு
இரவுப் பூச்சிக்கு இசையொன்றைப் பரிசளித்தபின்

முள் உடல் கொள்ளும்
கல்யாண முருங்கை மரத்தடியில்
ஒற்றை எரி நட்சத்திரமென
உதிரத் தொடங்குகிறாள்

18

அவன் வேறு
அவள் வேறு

அவனுக்கும் அவளுக்குமான
உரையாடல் தீர்ந்திருந்தபோது
தரைதொடும் தைப்பனி தொடங்கியது

பொருள் கூடிய விவாதங்கள்
முற்றுப் பெற்று
முதிர்ந்த தாயின் அடிவயிறுபோல்
சுருங்கிக் கிடந்தன

இருந்தபோதும்
காஞ்சிராச் செடி சுணையிலிருந்து
கிளம்பும் அரிப்பு போல
மௌனத்தின் மீதொரு நமைச்சல்

நாடோடியின் கதைக்குறிப்புகள்
கனமானவை

நாடோடி போல் மனம்
நகரத் துவங்கும் போது
தண்ணீர்க்குட நத்தையின்
பயணச்சுவடு போல
காய்ந்தும்
எதையோ மிச்சம் வைத்திருக்கிறது

19

முதல் துளி மழை
மறு துளி மழை

முதல் துளி என்னை
சிலிர்க்க வைக்கிறது
சூடு பரப்புகிறது
என்னை உசுப்புகிறது
என் வறண்ட தேகம்
மழை பூமியானது
மறு துளியில்
சிலிர்ப்படங்குகிறது
குளுமை பரவுகிறது
நான் அமைதி கொள்கிறேன்
மழையின் உலகத்துடன்
நான் வசிக்க ஆரம்பித்துவிட்டேன்
முதல் துளிபோல் இல்லை
மறுதுளி
மறுதுளிபோல் இல்லை
மற்றொரு துளி

20

அவன் தொலைவின் பிடியில்
ஆழத்தில் இருக்கிறான்
தனித்தலைகிறான்
எதையோ இறைஞ்சுகிறான்

கடல்புழு பொனிலியாவில்
பெண்மையின் வடிவு பரந்திருந்தது
ஆண் அதன் கருப்பையில்
வாசம் செய்தது
அங்கே வாழ்நாளை சுவாசித்தது
குருதியின் அற்றுப்போகா
கருவறை வாசத்தில்
தன்னைத் தீர்த்துக் கொண்டது
கருக்குழாயெங்கும் இளம் உயிரிகள்
தவறி வெளிச் செல்பவை
பெண்ணாகி விடுகின்றன
கருவறை ஆணை அப்படியே வைத்திருக்கிறது
இது கடல் குறித்த உயில்

அவன் கருவறையைத் தேடுகிறான்
நான் அடைகாக்க வேண்டும்
புழுவாகிக் கடலுக்குள்
நீந்தத் துவங்குகிறேன்

21

மிகச் சரியாக பேருந்தின் ஜன்னலோரத்தில்
என்னைப் பொருத்துகிறாய்
என் உடலின் பாதுகாப்பு நிச்சயிக்கப்படுகிறது

சில பார்வைகளிலிருந்து போர்த்தப்படுகிறேன்
தடைகளற்ற காற்று என் நாசிகளை குளுமைப்படுத்தும்
என அறிவுறுத்தப்பட்டபோதும்
நான் சுவாசிக்க ஒன்றுமில்லை அதனிடம்
என்பதைத் தெரிவிக்க மொழி அவசியமற்றது

ஒரு பேருந்தின் ஒற்றை இருக்கையை
வட்டமிட்டு என் கனவுகள்
கடந்து விடாதபடி காப்பாற்றுகிறாய்

ஜன்னலோரத்தில் என் இருப்பு
நிச்சயிக்கப்பட்டதாய் ஆற்றுப்படுத்தப்பட்டபோதும்
நான் ஜன்னலுக்கு வெளியே
இருக்கிறேன் என்பதை உனக்கு
அறிவிக்கப்போவதில்லை

ஒற்றை அணில்குஞ்சு
அந்த மரத்தில் தாவும்போது
நான் பேருந்திலிருந்து இறங்கிவிட்டேன்
இதயம் செத்த உடலோடு
பயணிப்பவர்கள்
என் நகைப்பிற்குரியவர்கள்

என் உலகம் ஜன்னல் வழியே
திணித்து எனக்கு பரிசளிக்கப்படுகிறது
சிறுமிபோல பெற்றுக்கொண்டு
இந்த ஜன்னலிலிருந்து
என் உலகத்தைத் தொடங்குவேன்.

22

உன்னுடையதான
ஒற்றை பாதச்சுவடு
நானறிவேன்
மனித ஸ்பரிசம் வேண்டி
அடம் பிடித்து
முகம் தேடி நீளும் அவை
உனது ரேகைகள் தான்

பின்னிரவு நிலவின் பொழிவில்
காலணியற்ற எனது பாதங்களை
மெல்லப் பதித்து நலம் விசாரிக்க
தனிமையுள்ள வழிப்போக்கனோடு
தொடர்ந்து வரும்
சொற்களின் காடு

23

கடலைப் பரிசளிக்க முடியாத ஒருத்தி
கடற்குதிரைரையை உனக்குத் தந்தாள்
பிரியங்களால் பிசைந்து அனுப்பப்பட்டது
அதுவென்ற போதும் உன் பார்வைக்கு
திரைப்போர்த்தி நிற்கக் கூடும்

இரவை பகலை உறிஞ்சி நிறைத்தபடி
மொழிகளற்ற அன்பை வழங்க
உன் குரலை யாசிக்கும்

நட்சத்திர மீன் போல் குவிந்து விரிந்து
ஒரு துண்டு வானத்தை
உன் அறைக்கு அழைத்துவரும்

நீ அன்பாய் அழைக்க
தனிமை அகற்றி
ஒரு துளியாகி உன் மடிமீதமரும்

உலர் பருவமொன்றில்
வெறுமை படியும் உன் நொடிகளில்
குதிரை பறந்து கடலாய் விரியும்

24

மீண்டும் ஒருமுறை
புதிதாய் உன்னை
சந்திக்க வேண்டும்

முகங்களின் அறிமுகம்
புரிதலில் தொலைந்து போன
இறந்த காலப் பதியன்கள்
முளைக்காத நிலமொன்றில்
நாம் நம்மைப்
பதியமிட முளைவிட்டிருக்கிறோம்

முகமறியாமல் சந்தித்துக்
கொள்வோம் வாயேன்
ஒரு நேயத்திருநாளில்

25

நிலவறைக்குள்ளிருந்து
ஒழுகுகிறது ஒற்றைத் துளி

திறக்காத விழிகளில் எழுதிய
நீண்ட கவிதையாய் வழியும்
அது என் கண்ணீர்
சிற்பங்களின் மோனம் பேசும்
நேற்றைய இரவில்
அதை நான் சேகரித்தேன்

வெண்ணிற நாணற் பூக்கள் போல
என் தேகத்துள் கிளைத்திருக்கும்
வலிகளின் ஒற்றை சாட்சி
ஒரு சுரை விதையைப் போல
தசைகளோடு பொதிந்து கிடக்கும் அது
பிதுக்கி விளையாடும்
சிறுமியின் கையிடுக்கில் நழுவுவதைப்போல
என் கண்களைத் தாண்டுகிறது

சிலந்தியின் நூலிழையால்
என் தேகத்தைப் பின்னி
எதையோ வாசிக்கத் தருகிறது

ரகசியமாய் வளைந்து நிற்கும்
வானவில்லைப் போல்
எழுந்து வந்து தனிமைக்கு
வண்ணம் பூசும் கண்ணீரோடு
போர்வை மொழிக்குள் நிகழும்
மெல்லிய உரையாடல் தீரும்போது
திரும்பவும் உப்பு விரல்களால்
என்னைத் தீண்டுகிறாய்

26

நீர்வேட்கை கொள்ளும்
தீக்கோழியின் நாவுகள்
களைத்து வடியத் துவங்கும் வியர்வையில்
தலைமுறை சூழ்ச்சியைப் பதியமிடுகின்றன

நேற்றாலும் இன்றாலும்
நிராகரிக்கப்பட்ட
கறுத்த மனிதனின் முதுகில்
நாளை குறித்த நயவஞ்சக நம்பிக்கைகள்
இறக்கமுடியா பொதிகளாய் அடுக்கப்படுகின்றன

செதில்களாய் உதிரும்
வறண்ட தோலில்
ஒட்டியிருக்கின்றன
வஞ்சத்தின் காரைகள்

திசைகள் எல்லாம்
சந்தித்துக் கொள்ளும் சாத்தியப்பாடுகள்
கொண்டதுதான் எல்லாப் புள்ளிகளும்
என்ற போதிலும்
கௌபீனத்தால் காலத்தை உழுதுகொண்டிருக்கும்
அந்தக் கீழ்த்திசைக் கிழவன்
தேய்ந்து போன உள்ளங்கை ரேகையின்
வியர்வையைத் தொட்டு எழுதியிருக்கவேண்டும்
ஆதிக்குடிகளின்
வீரவரலாற்றை

27

ஒரு மரணத்தை எப்படி உணர்வது
உறையும் பயத்துடனா
தெவிட்டும் மகிழ்சியுடனா
மரணத்திற்குக் கோர உருவத்தைத்
தீட்டிய கைகள் ரசனையற்றவை
மரணத்தை நேசிக்க நமக்கு
ஏன் கற்றுத்தரப்படவில்லை ?

மரணம் தன்னை நிச்சயிக்கிறது
நாம் நிச்சயமின்மைக்குள்
அதை அடைக்கிறோம்
மென்மையாக அலையும்
பூனையைப் போல் நம்மைத்
தொடர்கிறது
வண்ணங்களின் முரட்டுத்தனம்
கொண்ட கறுமையால்
அதை அடையாளப்படுத்தியது
நாகரீகமற்றது
கறுமையை வாழ்க்கையோடு
அடையாளம் காண்போம்
மரணத்தைப் பற்பல வண்ணங்களால்
அலங்கரிப்போம்

பளிங்குநீர் போலிருக்கும்
அதன் தோற்றம் நம்மைப்
பிரதிபலிக்கிறது
நித்தம் உதிரும் பூக்கள் போல
நிமிடந்தோறும் உதிர்ந்து கொண்டிருக்கிறது
பூக்கள் உதிர்ந்த பின்பு
மரங்களின் அழகு கூடிப்போகும்
வசந்தத்தின் நிலாமாடம்
மரணத்தை தண்டனை என்று
உச்சரிப்பது கேவலம்

பிறப்பு தண்டனை
இறப்பு விடுதலை

பறவைகளும் விலங்குகளும்
கோடை மழையில் நனைவதைப் போல
மரணத்தை எதிர்கொள்கின்றன

ராட்சத பறவையோடு
நாம் ஏன் அதைப்
பறக்கவிட வேண்டும்?
முற்றத்தின் மூலையில்
பட்டுரோஜா செடிபோல் வளர்ப்போம்

மரணத்தை போர்வீரன் போல்
நெஞ்சை நிமிர்த்தி ஏற்றுக்கொள்வது
தவறு
மண்டியிட்டுத் தலை குனிந்து
தேவக்குழந்தையை பெற்றுக்கொள்வது போல
நாபிக்குழியிலிருந்து வரவேற்போம்

28

திரையெறியும் கடலெங்கும்
சூழ்மக் கரைசலாய் மிதக்கிறது
பைநாகம் பஞ்சணையாக்கப்பட்டதன் ரகசியம்

அரவின் தலைகளில் காத்திருக்கிறது
திரியா விஷம்
பாம்பணையோன் அறிந்ததில்லை
அதன் தொகைசார் பண்புகளை

வஞ்சத்தால் வனையப்பட்ட
நீள்வட்டப் படுக்கையில்
உறங்கியபடி விழித்திருக்கிறான்
அஞ்சன மேனியன்

உடல்வேட்டையாடும்
வக்கிர முனியொருவன்
துப்புகிறான் ஊமத்தைச் சொற்களை

அதைத் துடைத்தபடி
வலம்வருகிறான்
சமிக்ஞை மொழியறியா
அப்பாவிப் பக்தன்

பாற்கடல் திரிந்து படுக்கை கலைந்து
பரந்தாமன் பாதாளம் ஏகும் நாள்
நாகம் உமிழாத
நஞ்சில் இருக்கிறது.

29

உயிரின் வாசம் கழுவித் துடைக்கப்பட்டப்
பிணவறை
மல்லாந்து கிடக்கும் உடல்கள்
காமத்தின் தோலை
தடயமற்று உரித்து எரியூட்டிவிட்டன
அந்தச் சாம்பலிலிருந்து
பறந்து வருகின்றன
புத்தனின் புறாக்கள்
அடிவானம் கருக்க
அடர்நிறம்கொள்ளும் தண்ணீர்
கலைநயமிக்கக் குவளையில்
திராட்சை ரசமெனப் பொங்கித் ததும்புகிறது

வாழ்க்கையைச் சுருக்குப் பைக்குள்
அடக்கிக் கொள்கிறது
மரணம்
அதன் வீச்சத்தில் ஊறி நொதிக்கிறது
காலம்

பார்த்துக்கொண்டிருக்கும்போதே
ஆரம்பமாகிறது
சடலங்களின் களிநடனம்
மூர்ச்சித்து விழுகிறான்
பளபளக்கும் கத்தியோடு
கூறாய்வு செய்யச் சென்றவன்

30

வரலாறுகளுக்கடியில்
சக்கரவர்த்திகள்
கோராத பாவமன்னிப்பின் மொழிகள்
அவர்களைக்
காலத்தின் சிலுவையில் அறைகின்றன
போர்க்களங்களில் சுற்றித் திரியும்
பருந்துகள் கண்களைக் கொத்துகின்றன

காயாத குருதியின் பிசுபிசுப்பு
முடை நாற்றமெடுக்கிறது

யானைக்கும்
குதிரைக்கும்
சிறகு முளைத்துப்
பறந்து வந்து தாக்குகின்றன
குதிரைகள் எட்டி உதைக்க
மதம் பிடித்த யானைகளுக்கு முன்னே
மரண ஓலங்கள்.
கேலி நகைப்புகள்
சூழ்ந்து நசுக்குகின்றன கிரீடங்களை

சக்கரவர்த்திகளின் வாரிசுகள்
எதையோ
யாசித்தபடி கடக்கிறார்கள்
தெருக்கோடியை

31

பிணங்களின் வாசத்தை சுவாசிக்கும் பூமியில்
எச்சங்களாகிவிட்டது மனிதர்களின் இருப்பு

கம்பீரத்துடன் தோல்வியை சுவீகரிக்கும்
நிலத்தின் உடலில்
வெட்கமின்றி எழுதப்படுகிறது
வெற்றியின் சுயசரிதை

பதனப்படுத்தப்பட்ட பறவையின் கனவுபோல
புறமுகம்காட்டிப் படுத்திருக்கும் புத்தன் மீது
துளிர்விட்டெழும் இலைகளெங்கும்
பதிகிறது
மரணத்தின் வாக்குமூலம்

அலைகள் பிரிவை எழுதும் ஆழ்கடலில்
போர்க்கப்பல் கிழித்தெறிந்து விட்டது
உறவுகளை

குண்டுகளின் இரைச்சலில்
ஆணிவேரிலிருந்து பிய்த்தெறியப்படுகிறது மனிதநேயம்

எங்கிருந்தபடியோ என் தொப்புள் கொடியின் மீது
கவிதை ஒன்றை எழுதிவிட்டு
தீவட்டி மனுஷியாய்க் காத்திருக்கிறேன்
எம் மக்களின்
நிலத்தின்
உயிர்ப்புக்காக

32

நேர் நெளி கோடுகளென
விரையும் பயணங்கள்
அறியப்படா குவிமையங்கள்
அது குறித்த
அதீதக் கவலையற்று
திசைகளே எல்லைகளாய்
திரிகின்றன
முடிவுகளை முகர்ந்து பார்க்கின்றன
வழிநெடுகிலும்
ஏதோ பட்டின் இழையில்
தொட்டு விடலாம்
குஞ்சுகளின் ஆன்மாவை
எனக் கதறும் கருப்பைகள்
விரியும் புதிய திசைகளில்
தாலாட்டைச் சுமந்த சிறகுகளுடன்
பட்டுப் பூச்சிகள்

33

குப்புற விழும் எச்சில் இலையில்
புரட்டித் தேடுகிறான்
புரிய மறுக்கும் வாழ்க்கையை

இவன் மூளையின் செல்லரித்துப்போன
தேவதையின் சிறகுகள்
சிதறிக் கிடக்கின்றன வீதிதோறும்

ஜடாமுடிகளை சலித்தெடுத்தால்
சிக்கலுக்கான சாவியைக்
கண்டடையக்கூடும்

அவிழ்க்கும் ஆடைகளோடு இறக்குகிறான்
பழைய கனத்த சுமைகளை
தலைகீழ்வாசி
அவனை
வாழ்க்கை தன் வட்டத்துக்குள்
வரவேற்பதில்லை
மரங்களிடம் வாசிக்கிறான்
வாழ்க்கைக் குறிப்பை
வரங்களைப் பெற்றுவிட

34

கள்ளத்தோணியில் கடத்தி வரமுடியாத
என் ஒற்றை மணல் வீட்டில்
நித்தம் உறங்க விழைகிறேன்

குண்டு கிழிக்கும் பூமிக்கு மேலே
என்சிறு துண்டு வானம்
பத்திரமாய் இருக்குமா?
நட்சத்திரங்கள் உதிர்ந்துவிடுமா?

அமைதிப்படுத்த ஆளில்லாமல் வீதியெங்கும்
அலைந்து திரியும் புத்தன்கள்

நாசியெங்கும் தழும்பேறிக் கிடக்கிறது
என் தேசத்து மண் வாசனை

விடைபெறாமல் வந்துவிட்டேன்
என் ஜன்னலோர நார்த்தங்குருவியிடம்
அது
மூங்கில் அரிசி தேடி இங்கே வருமா?

அம்மம்மாவின் அடிவயிற்றுக் கதகதப்பை
அள்ளி வந்து விட்டேன்
கண்மங்கிய அவள் என்னை
அழைத்தபடி அங்கிருப்பாள்

பித்தளை செம்பில் நீர் முகர்ந்து
பூத்தெளியல் செய்யும் போது புன்னகைக்கும்
என் சிறுநெல்லிச் செடி
செந்நீரின் நிறம் பார்த்து பயந்திருக்குமா?

அடுத்த வீட்டு அக்காவின்
குதறப்பட்ட உடல்
புத்தகத்தில் பார்த்த ஓநாய் உயிர்பெற்று
வந்திருக்குமென நம்ப வைத்தது

போர்ப்பருந்து கொத்திப் போய்விட்டது
வீதியில் கிடக்கும் விளையாட்டுகளை
போரின் எச்சங்களாய் இருக்கிறோம்
உங்கள் ஊர் புத்தன்களிடமும் புறாக்களிடமும்
போர்ச் சம்பவங்கள் குறித்துப் பேச
என்னிடம் நிறைய விடயங்கள் உண்டு

அந்த மயான பூமியில்
உயிரோடிருப்பாளா என் தோழி
என் காகிதப் பட்டத்திற்கு எதிர்பட்டம்
விடுவாள் என்ற நம்பிக்கையில்
இந்தக் கடற்கரையில் காத்திருக்கிறேன்

ஒப்பாரி உறங்கும் தொட்டில்களில்
கனவுகளின் நிறம் கரைந்து வழிகிறது

என் மண்ணையும் உறவுகளையும்
துக்கங்களையும் கண்ணீரையும்
நிராகரிக்கும் நாளைய வரலாற்றை
வெற்றிகளாலும் தோல்விகளாலும் மட்டுமே
நீங்கள் நிரப்பி வைப்பீர்கள்.

தினைப்புனம் ♦ 45

35

கொலை செய்யும் சற்று முன்பு வரை
என்னிடம் திட்டம் எதுவும் இல்லை
இந்தக் கொலை நான் செய்ததுதான்

கொலை செய்யும் சற்று முன்புவரை
கொலைசெய்யப்படுபவனின் முகம்
எனக்குப் புதியது
பெயர் தெரியாது
அவன் இயல்பு இல்லாமை இருப்பு
எதுவும் எனக்குத் தெரியாது

அவன் உறவுகள் குறித்தோ
அப்பா எனக் கதறி காற்றைக்
கைப்பிடிக்கப் போகும் சிறுமி குறித்தோ
மகனே என்றழைக்கும் நடுக்கத்தின் குரலில்
கருவறை கருகி உதிருமென்றோ
ஒரு மனதின் இருளை
தனிமைகளால் அடர்வேற்றுவேன் என்றோ
நான் அறிந்திருக்கவில்லை

அவன் தனித்த நிலத்தில் ஊன்றிச் சென்ற
விதைகளின் பரிமாணம் குறித்தோ
திரண்ட முதுகில் சுமைகளின் கதை எழுதியதையோ
வறண்ட சருகுகளின் இசையை ரசித்ததையோ
நான் அறிந்திருக்கவில்லை

கொலை செய்யப்படப்போகும் இடம்
அவன் பார்த்திராத புது இடமாக இருந்திருக்கலாம்
அவனின் மூத்த குடிகள்
புதைக்கப்பட்ட இடமாகவோ
காதலின் தோல்வி அறிவிக்கப்பட்ட
இடமாகவோ இருந்திருக்கலாம்

கொலை செய்யும் சற்று முன்பு வரை
எப்பொழுதும் போலவே விடிந்த சூரியனோடு
சோம்பல் முறித்திருப்பான்
அன்றைய பொழுதுக்கு மட்டுமல்லாது
அடுக்கடுக்காய் வாழ்நாளுக்கும் சேர்த்து
மார்.்.பைன் கனவுகளோடு
இந்தப் பொழுதை தயாரித்து வைத்திருப்பான்
என்பதை நான் அறிந்திருக்கவில்லை

அவன் பார்வையோ, வார்த்தையோ
செயலோ காரணமல்ல என்றபோதும்
என் கோபத்தின் சாட்சியானதால்
நிமிட முடிவில் சாகடிக்கப்படப்போகிறான்
என்பதை நான் அறிந்திருக்கவில்லை

கொலை செய்யும் சற்று முன்பு வரை
மஞ்சள் கனகாம்பர முட்செடியை
வெட்டி ஒழுங்கு செய்து விட்டு
திருநீற்றுப் பச்சைக்குநீர் ஊற்றி
துளசி இலையிரண்டை வாயிலிட்டு
நீராகாரம் கேட்டு வாங்கிக் குடித்து விட்டு
பாம்பரணையின் நெளிவில் பயந்தது
என எதையும் மறைப்பதற்கில்லை

ஆயுதங்களற்ற நிராயுதபாணி
குருதி பார்த்து மிரண்டழும் கண்கள் எனது
குகை தேடி ஒளியுமென் வீரத்தின்
சிறகுகள் மென்மையானவை

கொலை செய்த சற்று பின்பு
என் நிமிடங்கள் திட்டமிடப்பட்ட
சதுரக் கட்டங்களால் அடைபடும் என்றோ
இதயம் துடிக்கும் பிண உடலோடு
ஒரு கொலைக்குப் பின் நடப்பவற்றின்
சாட்சியாய்,
சிறையின் ஒற்றை மூலையாய்
ஆகப்போவது குறித்தும் அறிந்திருக்கவில்லை

36

எல்லாவித சாத்தியங்களும்
நீ வந்து போனதை உறுதிப்படுத்துகின்றன

என் நிலம் போர்க்கால அழிவுச்சின்னமாய்
புரட்டிப் போடப்பட்டுள்ளது.

கறிப்படையலில் கிடக்கும் மாமிசத்துண்டுகள்
குருதி ஒழுகும் கண்களாய்த் தெரிகின்றன.

காட்சி சிறை பிடித்த கண்கள்
உன்னை உருவமற்றவனாக்கி
வக்கிரம் முடிக்கிறது.

நின் திருவிளையாட்டில்
உறைந்தடங்கும் வலிபோல
மறைபொருளாய் மட்டுமே ஒளிந்து
திரிய நேர்ந்தது உனக்கு

வாசல் திறந்திருந்த போதும்
சன்னல் வழி வருவதுன் வழக்கம்

இதோ இந்த நாற்காலி
அசைந்து கொண்டிருக்கிறது
நீ வந்து போனதற்கான சாட்சியாய்

உன் பெயர் கடவுள் என்றால்
அதன் இயக்கத்தை நான் நிறுத்துவேன்

திணைப்புனம்

37

புத்தன் பரிநிர்வாணமடைந்த 218 ஆம் ஆண்டு
நிகழ்ந்தது
அசோகனின் பட்டாபிஷேகம்

ஆகாய வெளியிலும் பூமிக்கடியிலும்
மகுட மலர்கள் சிதறிக் கிடந்தன

நாகக்கொடிகளின் குச்சிகளும்
அநோதத்தா ஏரியின் நீரும் கொண்டு வர
தேவர்கள் பணிக்கப்பட்டிருந்தார்கள்

பஞ்சவர்ண ஆடைகளையும்
சத்தாந்த ஏரியின் தேவபானத்தையும்
சுமந்து காத்து நின்றாள்
வெள்ளையாடை தேவதை ஒருத்தி

தூயதாமரை மலர்களையும்
வாசனை மிகக்கூடிய தைலங்களையும்
அர்ப்பணித்து வேண்டி நின்றனர் நரகர்கள்

கிளிகளின் அலகுகளில் சுமந்து வரப்பட்ட
நீண்ட   நெல்மணிகளை
சுத்தப்படுத்தி
அரசு விருந்து அளிக்கப்பட்டது

தேனீக்கள் ரீங்கரிக்க
கரவிதா பறவைகள் நேர்த்தியான குரலில்
இசை விருந்தளிக்கக் கட்டளையிடப்பட்டன

தீய சாந்தரூபிகா எனும் அவன்
தர்ம அசோகன் என்று பதியப்பட்ட
பாறைகளை
பின்னோக்கி நகர்ந்து விடாமல்
காலச்சக்கரத்தில் பிணைத்து வைத்திருந்தான்

புத்தனின் மடியிலமர்ந்து
பட்டாபிஷேகம் செய்து கொள்வதற்கு சற்றுமுன்
தொண்ணூற்று ஒன்பதாவது சகோதரனின்
கழுத்தில் கத்தியைப் பாய்ச்சி இருந்தான்.

38

உயிரைப் போக்கிக் கொள்ளும் உரிமை
பறிக்கப்பட்டு
இவர்கள் முன்
மிகக் கேவலமாய் மண்டியிடுகிறான்
அவன் கதறினான்
எனது வாக்குமூலத்தை
முதலில் படியுங்கள் என்று

□எனக்கும் அவர்களுக்கும்
எனக்கும் இந்தத் தூக்குக்கயிற்றுக்குமான
உறவு ஒன்றுமற்றது
எந்த நிலம் தண்டனைக்குரியது
இவர்கள் குறிப்பிடும் செயல் குற்றத்திற்குரியது
என எனக்கு தெரியாது□

இறுக்கப் போகும் கயிறு
அறிந்திருக்க நியாயமில்லை
அவன் இதயத்தின் கதறல்களை
மறைக்கப்பட்ட உண்மைகளை
மறுக்கப்பட்ட நீதிகளை

தேவியின் கைதாங்கும் தட்டுக்கடியில்
மறைக்கப்பட்டதொரு புளி உருண்டை
அவன் வாழ்வின் மீதங்கள் கூட
புளித்து நுரைத்தடங்கலாம்

திணிக்கப்படலாம்
அன்பு மகள் காதுகளில்
அவன் பிள்ளை தின்னும் அதீதியாய்
புனையப்பட்ட கதைகள்
ஆனாலும் அவள் நாவில்
மிச்சமிருக்கக்கூடும்
அவன் வாங்கிக் கொடுத்த மிட்டாய்களின் இனிப்பு.

அவன் மரணத்தின் அவஸ்தைகளை
அதிகரிக்கும் மனைவிக்கான முத்தங்களில்
எழுகிறது பெரும் ஓலம்

அம்மா இந்தத் தூக்குமரத்தின் முன்
என்னை மடி சாய்த்துக் கொஞ்சு
எனும் அவன் குரல் வீழ்த்தப்பட்டிருந்தது

அவன் மரண சாசனத்தில்
இவ்வாறு குறித்து வைக்கிறான்
'அவர்கள் அவமானத்தின் குறியீட்டை
தங்கள் நெற்றியில் இட்டுக் கொண்டார்கள்.'

39

இப்போது நாம் பறவை குறித்துப்
பேசப் போவதில்லை

பறவையின் எடை
உடல் அமைப்பு
வாழ்நாள்
பறத்தலின் தத்துவம்
மாறாத வெப்பநிலை

சுவாச, உணவு, இனப்பெருக்க
மண்டலங்கள்
இதய அறைகள் நான்கு
எலும்பினுள் காற்றறைகள்

முன்னங்கால்களே இறகுகள்
புறத்தோலின் மாறுபாடு
வெப்ப நிலையின் பாதுகாவல்
நாம் பறவை குறித்துப் பேசவில்லை

கண் திரவத்தில் நிறமி நீட்சி
வால் பகுதியில் எண்ணெய் சுரப்பி
எத்தனை இமைகள்
அசையுமா
அசையாதா
சுவாசம் நாசி வழி
குளிர் இரத்தப் பிராணியா
வெப்ப இரத்தப் பிராணியா
ஆண் பெண் இனப்பெருக்கம்
எப்போது முட்டையிடும்
எது அடைகாக்கும்
இப்போதும் நாம் பறவை குறித்துப் பேசவில்லை

பறவைக்கான வானம்
தலைகீழ் உலகம்
சிறகுகளில் பாடல்
உதிரும் போது கவிதை
இப்போது நாம்
பறவை குறித்துப் பேசுவோம்

40

இல்லை என்ற போதும்
பூக்களைக் கசக்குவது
மிகப் பெரிய வன்முறை தான்

உயர்ந்த வார்த்தைகளால்
சிறந்த ஓவியத்தால்
உற்பத்தி செய்யமுடியாத
அதன் வண்ணத்தை அழிக்கிறோம்

அதன் வாழும் நிமிடங்களைச்
சூறையாடுகிறோம்

வாரிசுகளுக்காய் கங்காருவைப்போல
சினைப்பையைச் சுமந்து அலையும் நாம்
பூமியை மலர வைக்கும் அதன் மகரந்தங்களை
தீ வைத்துப் பொசுக்குகிறோம்
ஒரு தலைமுறையை படுகொலை செய்கிறோம்

பிறந்த சிறுமியின் பிஞ்சுக் கைகள் போல
பூமியின் மீது பரவும் வாசனையை
புட்டிகளில் முச்சுத்திணற அடைக்கிறோம்

வாழ்வின் ரகசியங்களை அறிந்த படி
அது புன்னகைக்கிறது
என்ற கோபம் நமக்கு, ஆக
சூட்சுமங்களால் மென்மையேற்றப்பட்ட
அதன் உடலைக் கசக்குகிறோம், ஆனால்
அது மேலும் நம்மை இருளடையச்
செய்கிறது என்பது புரிவதில்லை

பூக்களாய்ப் பிறந்து
பூக்களாய் வளர்ந்து
பூக்களாய் மடிவதற்கு
மிகப் பெரிய போராட்டம்
தேவை
எல்லாவற்றையும் விட
பூக்களை கசக்குவதும்
மிகப் பெரிய வன்முறை

41

பிறனொருவனின் வியர்வைத் துளியைக்
கனவுகளின் புள்ளியென்றாக்கி
நீட்டி இழுத்த கோடுகளால்
சதுர முக்கோண செவ்வகமெனப் புனையும்
வரைவிலக்கண ஆதிக்கக்காரனவன்

களவாடப்பட்ட தன் வியர்வையைத்தேடி
கனவுகளற்ற நிலமொன்றிலிருந்து
வரும் ஒருவனுக்குப் படைக்கப்பட்டது
எதிர்வினையின் சத்தூட்டங்கள்
பிரித்தெடுக்கப்பட்ட விருந்து

பதப்படுத்தப்பட்ட வரலாற்றை
கற்பிதம் களைந்து வாசிக்கத் தெரியாதவன்
விடுதலை நாளிலும் கூட
அடிமையென்றே கையெழுத்திடுவான்.

42

கிரகங்களைப் பொய்ப்பேச வைத்த
ஜோசியக்காரன்
இவனை
கிரகநிலையில் நஞ்சேறி
தீட்டுப்பட்ட தோஷக்காரனென்று
குறிப்பெழுதி வைக்கிறான்

நேற்றைய இவன் காலடித்தடங்களை
அழித்தவன் நாயைவிடவும்
நன்றியுடன்
கடவுளின் காலடி பணிகிறான்

தீர்ப்பு நாளில்
வெட்டப்படாத கோடாலியின் காம்புகளை
இவன் கைப்பிடிப்பான் என்பதறியாமலே
நிகழ்ந்துவிட்டன
மேற்சொன்ன நிகழ்வுகள்

43

நீர் அறியா நிலம்
தரையில் படர்ந்த மேகங்களாய்
மணல்
அதில் தனிமை வரைந்த கோடுகள்
திரட்டிவைத்த மௌனம் - மலைக்குன்று
மொழியின்றி உரையாடும் காற்று

அங்கு
அனாதரவாய் நிற்கிறாள் ஒரு சிறுமி
இறுக்கிய கைகளுக்குள் இருக்கிறது
ஓரிருவாய் நீர் கொண்ட குடுவை
துணைக்கு வானம்

அழகிய திமிலும் பிடரியும் கொண்ட
கறுப்புக் குதிரை அவளை விட்டுப்போனது

அந்த இடத்தில் தான்

44

யார் தட்டினாலும்
சிறுமி ஓடிச் சென்று கதவைத் திறக்கிறாள்
ஓசை எழுப்பாத கதவையும்
ஆர்வமுடன் திறந்து பார்க்கிறாள்
மூடிய கதவு தட்டப்படவேண்டும்
ஓடிச்சென்று திறக்க வேண்டுமென்பது
அவளது ஆசை
கதவுகளெல்லாம் திறப்பதற்கானவை என்பது
அவளது நம்பிக்கை

அவளது பாதங்கள் பட்டு
பூமி திறக்கிறது
கைகள் வீசும்போது காற்று திறக்கிறது
பார்வை தொடும்போது
வானம் திறக்கிறது

அவள் தனது பிஞ்சு விரல்களால் என்
இதயத்தைத் தட்டுகிறாள்
கவிதை மூடிக்கொள்கிறது
கண்ணீர் பெருக்கெடுக்கிறது

45

பாம்புகளோடு பழகுவது சிறுமிக்கு
எளிதாக இருக்கிறது
பல் பிடுங்கப்பட்டபின்
அவள் எதிர்பார்த்ததை விட
எளிதாய்க் கையாள முடிந்ததில் பேரானந்தம்

சிறுதீனியில் பங்கு கேட்டு
அண்ணன் போல தட்டிப் பறிக்காதது போலவே
அம்மாவின் கைப்பையிலும் அது நுழைவது இல்லை

எதிர் விளையாட்டுக்கு அழைக்காத அது
ஒரு நாளும் அப்பாவின் விளையாட்டை
வீட்டில் விளையாடியதில்லை
வலித்தாலும் விஷத்தை உமிழாது என்ற போதும்
மத்தாகி அமுது கடைய நினைக்காத அவளது
நேசத்தில் சுருண்டு கிடந்தது

பிடாரனின் ஓசை தெருக்கோடியில் கேட்கத்தொடங்கும்போது
ரகசிய சைகையால்
பாம்புக்கு அவள்
ஏதோ சொல்ல ஆரம்பிக்கிறாள்
நன்றியோடு கிடக்கும் அதை எடுத்து
தன் மீது இன்னும் இறுக்கமாய்
சுற்றிக் கொள்ளத் துவங்குகிறாள்

46

சிறுமி வானவில் கேட்டாள்
நான் அதை அவளுக்குப்
பரிசளிக்க விரும்பினேன்

அதற்காக எனக்கொரு வானம்
ஒளிக்கதிர் சூரியன்
சிதறும் மழைத்துளி நிறப்பிரிகை
தேவையாயிருந்தது
கிடைமட்டக் கோண அளவுகளை
நிலைநிறுத்த வேண்டும்

இனி
வெளிப்பக்கம் சிவப்பும்
உள்பக்கம் ஊதாவும் கொண்ட
ஒரு முதன்மை வானவில்லை
அவளுக்குப் பரிசளித்து விடலாம்

இருமுறை முழு அக எதிரொளிப்பும்
இருமுறை ஒளி விலகலும் நடந்தால்
தோன்றும் இரண்டாம் நிலை வானவில்லை
எப்படிப் பரிசளிக்க முடியும்
வண்ணங்கள் வேறு
தலைகீழ் வரிசையில் இருக்கின்றன

நான் யாசித்துக் கொண்டே இருக்கிறேன்

சிறுமி மிதக்கும் கண்களிலிருந்து
வெள்ளை ஒளியை உருவுகிறாள்
நிறப்பிரிகை அடைகிறாள்
வண்ணங்களை
வானவில்லாய் என்மீது எழுதத் துவங்குகிறாள்.

47

சாம்பல் பூத்துவிடாத காலத்திற்கு முன்பு
எங்கள் ஊருக்கு வளையல்காரர் வருவார்
நீல வண்ணச் செவ்வகப் பெட்டிக்குள்
தீபாவளிக் கனவுகள் வட்டமிட்டிருக்கும்.

பிரியங்களைப் பெட்டியில் அடைத்து
வாசலில் நின்று வழியனுப்புவேன்
ஆற்று மணல் வெட்கிக் கிடக்கும்
அப்பத்தா ஊருக்கு.

பிரியங்களைப் பெற்றுக்கொண்டும்
வளையல்களை வாங்கிக்கொண்டும்
பொரி உருண்டைகளைக்
கொடுத்துவிடும் சித்தி.

அடுத்ததாக, தாவர மூட்டம் நடுவிலிருக்கும்
அத்தை ஊருக்குச் செல்வார். . .
அண்ணனுக்குப் பிடிக்காத
கண்ணாடி வளையல்களைத் தொடாத அத்தை
அவருக்குப் பிடித்த சென்னாங்குன்னி
கொடுத்துவிடும்.

சிற்றலை தொடும் பெரியப்பா ஊர்
அண்ணன்கள் களிமண் சொப்புகளையும்
பூவரசு இலை பீப்பிகளையும் தர. . .
பெரியப்பா கொடுத்துவிடும் நுங்குக்குள்
பாசமும் விசாரிப்பும்
சுனை நீரெனத் ததும்பிக் கிடக்கும்.
இடித்த அவலை வைத்துக்கொண்டு
உப்புக்காரப் பாட்டி கெஞ்சுமாம்.
பொழுதுகளைப் பெட்டிக்குள் சுருட்டிக்கொண்டு
வளையல்காரர் திரும்பி வருவார்
வாசலில் காத்திருக்கும் என்னிடம்

அப்பா
எல்லோரும் வாங்கிய வளையல்களுக்கும்
கணக்குப் பார்த்து காசு கொடுப்பார்.

நான்
சித்தப்பா வீட்டுத் திண்ணையில்
முடங்கிக் கிடக்கும்
மங்களம் ஆத்தாவின் அன்பை
உடைந்த வளையல்களுக்கிடையே
தேடிக்கொண்டிருப்பேன்.

48

தாத்தா வீட்டிற்குச் செல்ல வேண்டுமென்பதற்காகவே
மகளின் விடுமுறைகள் வருகின்றன
அறிந்தோ அறியாமலோ விலக்குவிசையென
என்னைச் சுற்றியெழும் சூழ்நிலை பிம்பங்கள்
அவளை ஒதுக்கியே வைக்கின்றன

என் மிகப்பெரிய சேமிப்புகள்
அவளின் மிகச்சிறிய எதிர்பார்ப்புகளை
நிறைவேற்றாத போது
ஒரு உடைந்த பொம்மை எளிதாய்
அதைப் பூர்த்தி செய்துவிடுகிறது

என் ஒழுங்குகளின் மீதேறி நின்று
அவள் நிமிடங்களை மாற்றி மாற்றிக்
கலைத்துப் போட்டு மகிழ்கிறாள்

நாளை குறித்து பூவுக்காக மட்டுமே காத்திருக்கிறாள்
அல்லது நாளையையே நிராகரிக்கிறாள்
நாளைக்காக மட்டுமே வாழும் என்னிடமிருந்து
வரலாறு படைக்க வாங்கி விற்குமென்
வாழ்க்கைச் சந்தையில்
நேற்றைய சாகஸ வரலாற்றை
எளிய இரவுக் கதைகளாய் மாற்றி விடுகிறாள்

கோழி நாய் பூனைகளிடமிருந்து
கெளுத்தி முள் குத்திய கடுகடுப்பின் உயிர்ப்போடு
கண்சிமிட்டாத கதைகளைப் பெற்று வருவாள்
என்ற நம்பிக்கையில்
காத்திருக்கும்
அவளின் ஆளுயர பொம்மைகளும்
பாடங்களை மறந்திருப்பாள் என
வேதனை கொள்ளும் நானும்
ஒரே அறையில் துயில் கொள்கிறோம்

ஊருக்கு வாவென அழைக்கும் போதெல்லாம்
நீ வந்துவிடேன் எனும் அவள் குரலில்
ஒரு தப்பித்தலுக்கான நதி அடைபட்டுக் கிடக்கிறது

ஒரு குழந்தையின் உலகத்தை எப்படி உருவாக்குவது
என்ற அறிவு சூன்யத்தில்
நுரைப்பந்தை கைத்தொட்டு உடைக்குமளவு
வக்கிரம் கொண்ட சூழ்நிலைக் கைதியின்
இயலாமையின் கூடு
பற்றி எரிகிறது.

49

சிறுமி வரையும் போதெல்லாம்
சூரியனைத் தீட்டுகிறாள்
அவள் உலகில் எப்போதும்
சூரியன் விழித்திருக்கிறான்
மொழிபேசும் மேகங்கள்
விளையாடிக் கொண்டிருக்கின்றன
ஒன்றிரண்டு குருவிகள்
அவளைப் பறக்க அழைக்கின்றன
இலைகளின்
சுமையால்
வளைந்து நிற்கிறது ஒற்றைச்செடி
அவளுலகில் பூக்காத செடிகள் இல்லை
புற்களை வரைந்து
அவற்றின் நுனி வளையாமல்
படுத்துக் கொள்கிறாள்
கனவுகளைச் சேகரித்துவர
வண்ணத்துப் பூச்சிகள்
காத்துக் கிடக்கின்றன
அவற்றின் இறகுகளின்
சிறிய வட்டத்துக்குள்
யாரும் அறியாமல்
பதுங்கிக் கொள்கிறாள்

அத்தோடு சிறுமி
உறங்கத் துவங்கிவிடுகிறாள்
இரவுகளும் நட்சத்திரங்களும்
அவள் பாதி உறக்கத்தைப்
பங்குபோட்டுக் கொள்கின்றன
நிலா எப்போதும்
கனவுகளிலும் கதைகளிலுமே வருகிறது
என்றேனும் சிலநாள் நேரில்
வந்திருக்கலாம்
இரவு விழித்தால்
அவள் பயந்து விடுவாள்
சித்திரம் நடுங்கிக் கொண்டிருப்பதை
அவள் விரும்பவில்லை
சிறுமி எப்போதும்
சிரிக்கும் சூரியன்
மொழிபேசும் மேகங்கள்
பூக்கும் செடிகள்
வாடாத பூக்கள்
மென்மையான புற்கள்
உறங்காத வண்ணத்துப் பூச்சிகள்
கனவு நிலா
இவற்றை மட்டும் வரைகிறாள்
இருளை வரைவதில்லை

50

அடுத்தடுத்த பருவம் போல்
சுவற்றில் இரண்டு ஓவியங்கள்
மாட்டப்பட்டிருந்தன

ஒன்றில் சில பறவைகள் இருந்தன
அவைகள் இன்னும் பறந்து கொண்டிருப்பது
துக்கமானது
எங்கே அமர வைப்பது என்பது
கேள்வியாய் நீண்டுகொண்டிருந்தது

மற்றொன்றில் அனாதரவாய்
ஒரு மரம் நின்றது
அதில் பறவைகள் இல்லையென்பது
சோகமானது
மரம் இன்றுவரை ஏதோ
குறையோடு நின்று கொண்டிருந்தது

சிறுமி வந்தாள்
பறவைகளுக்கு மேலே
ஒரு வானம் வரைந்தாள்
பறவைகள் சந்தோஷமாகப் பறந்தன
மரங்களில் சில கூடுகளைத்
தொங்க விட்டாள்
பறவைகள் கூடுகளில்
குடிபுகுந்தன
மரத்திலிருந்து பறவைகளின்
பாடல் எதிரொலிக்கிறது

51

பிரபஞ்சத்தின் சாம்பல் பூத்த
காய்ந்த மூங்கில் படலில்
மாயவெளியை உயிருட்டியபடி
தும்பிகள் வந்து அமர்கின்றன

என் பால்யம் வெளிக்கிளம்புகிறது

யுகம் கடந்து சிறுமியின் விளையாட்டை
சுவற்று மாடத்துள் பொதித்து வைக்கும்
சிகப்புத் தட்டான்கள்
இரவை
வீட்டிற்குள் பூசுகின்றன

அகப்படாத நீலநிறத் தட்டான்கள்
நம்பிக்கையின் சேகரப் பையை
அவிழ்க்கின்றன

எப்போதும் அகப்பட்டுக் கொள்ளும்
மஞ்சள் பச்சை ஊசித்தட்டான்களின்
செல்லக்கடிப்பில் விரியும் பாதை
மழையின் கண்களைக் கட்டிய
கண்ணாமூச்சி ஆட்டத்தில்
நனைந்து விடாமல்
மழைத்தட்டான்கள் தப்பிப்போகின்றன

தட்டான்களை மறந்த நிலமொன்றில்
நூலிழையில்
பறக்கவிட்டத் தும்பிகளின்
இருப்பும் இறப்பும் குறித்து எழுதுவது
அமைதியைக் குலைக்கிறது
எனினும்
நினைவுகளை நிறைக்கிறது
பால்யகாலத் தும்பிகளின் கூட்டம்

52

நந்தா விளக்கு போல
சிறுமி
விரிந்த தலையுடன்
வெண்பட்டுப் பாவாடையில்
அமர்ந்திருந்தாள்

சில கேள்விகள் கேட்டேன்
தெரியாது என்றாள்
கிரகங்கள் எத்தனை
தெரியாது
ஒன்பது என்றேன்
அவள் மறுத்தாள்
அது பொய் இன்னும் இருக்கிறது
பூமியில் குழந்தைகள் இருப்பதால்
கிரகங்கள் மோதுவதில்லை
சுடும் என்பதால்
சூரியன் தள்ளி நிற்கிறது என்றாள்
என்னிடம் சில கேள்விகள் கேட்டாள்
நான் பதில் சொன்னேன்
இறுதியில் அவள் சொன்னாள்:
'உனக்கு எது தெரியும் என்பது
எனக்குத் தெரியும் அதனால்
உனக்குத் தெரிந்தவற்றைக் கேட்கிறேன்
எது எனக்குத் தெரியாது
என்பது உனக்குத் தெரிவதில்லை
நீ தெரியாதவற்றைக் கேட்கிறாய்'

53
வெள்ளைக் காகிதத்தில்
பறவை வரைகிறேன்
சிறுமி அருகில் வருகிறாள்
அதன் சிறகுகளை விரிக்கிறாள்
மரக்கிளையொன்றைக் கொடுத்து
பறவையைப் பறக்க விடுகிறாள்

மீன் வரைகிறேன்
வேறொரு பக்கத்தில் மீன்வலை
இருந்த இடத்தைக் கிழிக்கிறாள்
மீன் தொட்டியை உடைக்கிறாள்
வற்றாத தடாகத்தில்
பத்திரமாய் அதை நீந்த விடுகிறாள்

குரங்குக்குட்டி ஒன்றை வரைகிறேன்
சிறிது நேரம் விளையாடுகிறாள்
பின்பு
தாயின் வயிற்றோடு ஒட்டவைத்துவிட்டுத்
திரும்புகிறாள்

சிங்கம் வரைந்த போது
அவள் முகம் வெளிரியது
அடர்ந்த காட்டைக் கூட்டி வந்தாள்
சிங்கம் அதனுள் மறைந்தது

உன்னுடைய சிறந்த ஓவியம்
இதனுள் இருக்கிறது
வெள்ளைக் காகிதத்தைத் தந்துவிட்டு
ஓவியத்திலிருந்து பறந்து செல்கிறாள்

54

தென் மேற்குப் பருவத்தின் சாரல்
ஏர் காளைகளின் உழவுப் பாடலை
சுமந்து செல்கின்றன
ஊடல் பொழியும்
நன்செய்க் காதலும்
புன்செய்க் கூடலும்
பயிராய் விளையும் மருதப்பூக்கள்
நெல் வயலில் மீன் குஞ்சுகள்
ஏற்றப் பாட்டில் கண் மயங்க
மருதப் பெண்
கனவு விற்றுப் போகிறாள்
தீம்பழங்களைச் சொற்களாய்
ஊன்றிச் செல்லும் அவள்
இந்திர தேச மருதயாழ்
வாடை பேசும் கோடையின் பாடல்
வயல்களின் சொந்தம்
பூப்போடும் மடையான்கள்போகும்
மாலை திசையில்
காவற் பெண்டாய் எழுந்து நிற்கும்
கொற்றவை பாடுகிறாள்
மருதக் கலி

சூரியன் மேயும்
மலை உச்சியிலிருந்து இறங்கும்
குறிஞ்சிப் பாடல்
வேல்கொண்ட குறமகன்
தினைக் கிளி இரையெடுக்க
நெற்கூடுகளைச் சுமந்துவந்தான்
கூடல் மொழி ஓடிவரும் அருவிகள்
குறமகள் மருதப் பூக்களால்
இரவை சுகந்தமூட்டினாள்
பரணில் தவமிருக்கும்
கவண் மொழிகளின் மந்திரத்தால்
பறவைகள் கூடின
இணைபிரியாத பறவைகள்

கானவன் வழித்தடங்களில்
கண்டறிந்தன
ஊடல் தீர்தலுக்கான ஒற்றைச் சொல்லை
தேனும் தினை மாவும் உயிர் வளர்க்க
மலையருவிகளின் இசை பொறுக்கிப்
பாடுகிறாள் கொற்றவை
குறிஞ்சிக் கலி

இருத்தலின் நிமித்தமாய்
துயரங்களால் மூடுண்ட காடு
ஆயர் மகளிர்
யாழ் இசைக்கத் திறந்து கொள்கிறது
முல்லைக் கொடி படரும்
கொன்றை மரங்களில்
பொழுதுகள் கூடுகட்டத் துவங்கும்
தேர்மணியின் நாவோசையைக் குலவையிட்ட
இடையர் குலச் சிறுமி
பனி உறங்கும்
மூங்கில் குருத்துகளில்
எழுதுகிறாள் திணைப்பாடலை

மாயோன் குழலோசை
திணை மயங்கி
புல்லாங்குழல்களில் சரிகிறது
யாமம் பலவும் கடந்த பின்பு
காடுகளை அடைகாக்கும்
பறவையொன்றின் குரலெடுத்துப்
பாடுகிறாள் கொற்றவை
முல்லைக்கலி

உப்பாய் கரைந்து கிடக்கும்
சிப்பிகளின் மொழிக்குக் குரல் இல்லை
கடற்பாடலைத் துரத்திப் போகும்
கடற் சாமந்திக்கு
வருண தரிசனம்
வறண்ட பாலை மேகம்
கடல்மேல் துயில் கொள்கின்றது

தொடுவானுக்கடியிலிருந்து புறப்படும்
நாவாய்ப் பறவை
கடலைக் கொத்திப் போகிறது
பவளம் கொடியோடிய பாறைகளில்
நிலவிலிருந்து வந்தவள் போல
கால்நீட்டி அமர்ந்தபடி
பாடும் அவள் குரலைக்
கடற்பாம்புகள் ஆபரணங்களாய் அணிந்துகொள்கின்றன
கடல் தாவரங்கள்
கடல் ஆமைகளில் சிதறிக்கிடக்கும் மண்துகள்களில்
மீதமிருக்கும் கடலைக் குடித்துவிட்டு
பாடுகிறாள் கொற்றவை
நெய்தற்கலி

துரத்தும் ஆரலை மௌனம்
வெடித்த நிலங்களில் கிளம்பிய காற்று
நீர்பச்சை மேகத்தைத் தொடரும்
சூடுவாரற்ற பாலைப் பூக்கள்
விருந்து வைக்கின்றன தனிமைக்கு
ஊதிப் பெருத்த வெயில்
விழுங்குகிறது பகல்பொழுதை
இரவு
குத்திக் கிழிக்கும்
காட்டு மானின்
கிளை பிரிந்த கொம்புகள்

இருண்ட தேகத்திலிருந்து
பௌர்ணமி நாளில்
பாடுகிறாள் கொற்றவை
கானல் வரி

55

இசையைத் தொலையவிட்டு
உடலெங்கும் குருதி சொரிய
அமர்ந்திருக்கும்
சிறு பறவை

பூச்சொரியும் கிளைகளின் நுனியில்
தீப்பற்றிக் கொண்டது

நெருஞ்சிக் காட்டிற்குள்
அவசரமாய் பூத்த பூப்போல
அதன் படபடப்பு.
கிளைக்குக் கிளை தப்பிப் போகிறது.
சிறு உடல்
குருதி
காலத்தின் மீது படிகிறது கறை.

தவறி விழுந்த
அதை நோக்கி
நகரும் என் பாதங்களை
நிறுத்துகிறது அலறும் குரல்

கனவுக்குள் பறக்கும்
பட்டாம்பூச்சி போல
காயம்பட்ட உடலோடு
பறந்துபோகிறது

என் கவிதையின் கடைசிச்
சொல்லும்
காணாமல் போகிறது.

56

அது உன் குரல் இல்லை
திராட்சையின் ருசியேறி
வசீகரம் நுரைக்கும்
அது என்னை வீழ்த்தவில்லை
நானறிவேன்
அது உன் மொழியில்லை

ஆதி வனமெங்கும்
பெருகும் உன் அன்பின் நதி
இன்னும் என்னை மூழ்கடிக்கவில்லை

உன் சொற்களுக்கு இடையே
தடுமாறும் மதுர இசை
எனைத் தாலாட்டிக்
கனவுகள் பூட்டிய நட்சத்திர வீட்டுக்கு
அழைத்துச்செல்லாதபோது
நானறிவேன்
ஆகாயப் பரப்பில்
நீ இட்ட சொல் விதைகள்
இன்னும் முளைவிடவே
இல்லையென்று

எனவே
அது எனக்கான
குரல் இல்லை

அப்புறம் நான்
எப்படித் தொடர்வது
நெய்தல் நிலத்தில்
பாலை சொல் பேசும்
உன்னோடு
என் உரையாடலை ?

57

அனாந்தரத்தைப் பாடிக்கொண்டிருக்கும்
மர இருளில்
எங்களுக்கு முன் இரண்டு
பறவைகள் இருந்தன

விழிகள்
பேசா மொழியை
ஒளியாய் எழுத
பசிய இலைகளின் இசை
பொழியத் தொடங்கியது

கருணையற்ற இரவு-
நிச்சயிக்கப்பட்ட இலக்கு நோக்கி
ஊரும்   பாம்புகள்

சுரம் அரும்ப
முகடுகளை விட்டிறங்கும்
வேட்கையின் பேராறு

நிரம்பும் நதியில்
மூழ்கி
நிலவின் குளிரில் நடுங்கி
கற்றுணர்ந்தோம்
ஒருவர் மற்றொருவராய்

முடியாத இரவில்
முற்றுப் பெறாத பாடலைப்
பரிசளித்துக் கொண்டபோது
உடல்கள் பறவையாகி
ஒளிக்காட்டில் மறைந்துவிட

அழைத்தபடியிருக்கும்
ஆவாரம் பூக்களும்
இசைத்தபடியிருக்கும்
அந்தப் பாடல்களும்
எங்களுக்கானவை

58

நீங்கிச் செல்லும்
ஆகாய நிழல் பற்றி
அலையும் சிறு பறவை

மழைக்குப் பின் ஊரும்
சிவப்புப் பூச்சிகள்
ஈர மண்ணில்
எழுதும் சொற்கள்
நீ விலகிச் சென்றதன்
ஒலிகூடிக் கிடக்கும்

வேற்றுக் கிரகங்களிலிருந்து
பறந்து வரும் மின்மினிகள்
உனதன்பின் ஒளியைப்
பாய்ச்சி
எனதுயிர் நிமிர்த்தும்

உன் பெயர் உச்சரித்துப்
பூத்திருக்கும்
காந்தள் மலரும்
கார்த்திகை மாதமும்
ஏகாந்தம் மிக்கவை

உடல் வெளியெங்கும்
அசுர விளைச்சல்.
அறுவடை முடித்தோம்.
மீதமிருக்கும் நிலாத்துண்டை
வியந்தபடி
தேவகன்னிகளின்
சிறகுகளைப் பொருத்திக்கொண்டோம்

படபடத்திடும்
உன் கண்களின்
சூட்சமத்தை
அப்போதுதான் வாசித்தேன்
உடலெங்கும் பூத்தன
ஒருகோடி நட்சத்திரங்கள்

59

நெல் மணிகளில்
பதர் பிடிக்காதிருந்த காலம்

ஆதிப் பெண்
என்னுள்
அடையாளத்தை விதைத்தாள்

உயிர் சுருளும் கூடத்துள்
பால்யத்தை
பாலாக்கி உறிஞ்சிக்கொண்டன
காளப்பிடாரியின்
பருத்த தனங்கள்

அங்கு தான்
எங்கள் இருப்பும் வளர்ப்பும்

அகால நேரம்
அசுர பயம்
அனாதிக் காலம்
எதுவும் எங்களுக்கில்லை

நீண்டு தளர்ந்திருக்கும்
செந்நிற நாவையும்
மழைக்கால மேகமாய்த் தொங்கும்
குழலையும் பற்றி
ஆகாயத்தில் ஏறுவோம்

தவறி விழுந்தால்
தடுத்தாட்கொள்வாள்

காப்பாற்றிய கைகள்
இன்றோ
சிலந்தி வலைகளில்

இரை தேடிச் சென்று
திரும்பாதபறவையின்
கூட்டைப்போல
சிதைந்து கிடக்கிறது
அவளது கோலம்

அருகமர்ந்து பார்த்தேன்

கதைகளையும்
நட்சத்திரங்களையும்
தீனியாய்க் கொடுத்து
எங்களை வளர்த்த
காளி
அப்போதும்
அங்குதான் இருந்தாள்